மயில்

வி.எஸ்.ரோமா

ISBN 978-1-63873-991-3

பொருளடக்கம்

1

இந்தியாவின் தேசியப் பறவை மயில் ஆகும்.

இந்தியாவில் உள்ள இரண்டாயிரத்துக்கும் மேற்பட்ட பறவைகளில் மிகவும் கவர்ச்சியான பறவை மயிலே ஆகும்.

மயிலைப் பற்றிய குறிப்புகள் ஆதி நூலான ரிக் வேதத்தில் உள்ளன. மயில் 2,500 மீட்டர் உயரமான பகுதிகளிலும் காணப்படும்.

இந்தியாவில் மயிலை வேட்டையாடுவது குற்றமாகும்.வேட்டையாடு- வது தண்டனைக்குரிய குற்றமாகும்.மயிலை பாதுகாப்பது நமது தேசிய கடமை

இந்தியாவின் தேசியப் பறவைமயில் ஆகும்.

ஆண் மயிலின் கழுத்து, மார்பு, வயிறு பளபளக்கும் கருநீல நிறத்தி- லும், இறக்கைகளில் வெள்ளையும், பழுப்புமாக இறகுகள் போன்ற பட்- டைகளும் இருக்கும். நீண்ட தோகை பச்சை நிறத்திலும், பளபளக்கும் கருநீல வட்டங்களையும் கொண்டிருக்கும். தோகையில் உள்ள சில சிற- குகளின் முனை பிற வடிவத்தில் இருக்கும். ஆண் மயில் உருவில் பெரியவை.

மயிலின் அலகின் முனையில் இருந்து வால் சிறகு வரை சுமார் 100-115 செ. மீ. நீளமும், நன்கு வளர்ந்த முதிர்ந்த பறவைகளில் முழு- வதுமாக வளர்ந்த தோகையின் கடைசி முனை வரை கணக்கிட்டால் சுமார் 195-225 செ.மீ. நீளமும் கொண்டிருக்கும். இதன் எடை சுமார் 4-6 கிலோ இருக்கும். தோகையில் சுமார் 200க்கும் மேற்பட்ட சிறகு- கள் இருக்கும். எனினும் வால் சிறகுகள் 20 மட்டுமே.

பெண் மயிலுக்கு நீண்ட தோகை கிடையாது. இவற்றின் கழுத்து, பளபளக்கும் பச்சை, வெள்ளை, கருப்பு ஆகிய வண்ணங்களைக்

கொண்ட செதில் வடிவ இறகுகளைக் கொண்டும், வயிற்றுப்பகுதி வெள்-ளையாகவும், இருக்கும். இவை ஆண் மயில்களை விட உருவில் சிறியவை. சுமார் 95 செ.மீ. நீளமும், 2.75-4 கிலோ எடையும் உடையவை. கோழி வகைப் பறவைகளிலேயே மயில்கள்தான் உருவில் பெரிதாகவும், எடைமிக்கதாகவும் விளங்குகின்றன.

மயிலின் ஆண், பெண் இரண்டிற்குமே தலையில் கொண்டை இருக்-கும். ஆண் மயிலின் முகத்தில் கண்ணின் மேலும், கீழும் வெள்ளை நிறத்தில் பிறை வடிவில் அடர்ந்த சிறகுகள் இல்லாத பட்டைகள் போன்ற இறகுகள் இருக்கும். பெண் மயிலில் முகத்தில் கண்களுக்கு மேல் வெள்ளை நிறப் பட்டையும், முகத்தின் பக்கவாட்டிலும், கழுத்து ஆரம்பிக்கும் பகுதியிலும் வெள்ளையாக இருக்கும்.

இந்தியாவின் தேசியப் பறவை மயில் ஆகும். இந்தியாவில் சுமார் 2000 வகையான பறவைகள் உண்டு. இந்தியப் பறவைகளில் மிகவும் கவர்ச்சியானது மயில் மட்டுமே. மயில் இந்தியாவில் நீண்ட காலமாக வாழ்ந்து கொண்டிருக்கிறது.இதனைப் பற்றி ரிக் வேதத்தில் எழுதப்பட்-டுள்ளது. இந்திய கலாச்சாரத்தில் மயில் மிக முக்கிய இடத்தைப் பிடித்-துள்ளது.சமஸ்கிருதத்தில் மயிலை மயியூரா என அழைக்கப்படுகிறது.

இந்திய கோவில் சிற்பங்கள்,கவிதைகள்,கிராமிய இசை மற்றும் நடன நிகழ்ச்சிகளில் மயிலுக்கான சிறப்பு கொடுக்கப்படுகிறது.பல இந்துக் கடவுள்களுடன் மயிலைத் தொடர்புபடுதியுள்ளனர்.கிருஷ்ண பகவான் மயில் இறகை தனது தலை கிரீடத்தில் செருகி வைத்துள்ளார்.முருகன் கடவுளின் வாகனமாக மயில் சித்தரிக்கப்படுகிறது.இதேபோல் புத்த மதத்-திலும் மயில் அறிவு சார்ந்ததாக வர்ணிக்கப்படுகிறது.தவிர இதன் இறகு-கள் ஒரு புனித அலங்காரப் பொருளாகக் கருதப்படுகிறது.இந்திய கோயிலின் கட்டிடக்கலையிலும் பழைய நாணயங்களிலும், துணி,திரைச்-சீலைகளிலும்,நவீன கலைகளிலும் மயிலை பொறித்துள்ளனர்.

மயில் வகை:

மயில்களில் பலவகை உண்டு .குறிப்பாக இந்திய மயில் மற்றும் பச்சை மயில்) ஆகிய மயில் வகைகள் பிரபலமானவை.இந்திய மயிலை நீல மயில் என்பர். இது இந்தியா, இலங்கை ஆகிய நாடுகளில் மட்டுமே காணப்படுகிறது. பச்சை மயில் பர்மா மற்றும் தெற்கு ஆசியப் பகுதிக-ளில் காணப்படுகிறது.வெண்மை நிற மயில்களும் பரவலாகக் காணப்படு-கிறது.

வி.எஸ்.ரோமா

பச்சை நிற மயில் அழியும் அபாயத்தில் உள்ளது.இதே போல் இந்திய மயில்களும் அழிந்து கொண்டிருக்கின்றன.மயிலை ஆங்கிலத்தில் பீக்காக் என அழைக்கிறோம்.இது ஆண் மயிலை மட்டுமே குறிப்பதாகும்.ஆண் மற்றும் பெண் மயில் இரண்டையும் சேர்த்து பீபெளல் என ஆங்கிலத்தில் அழைக்கின்றனர்.

இந்திய மயில்: இது பிரகாசமான பெரிய கோழி இனப் பறவையாகும்.மயில்கள் தோகைக்காகவே பிரபலம் அடைந்தன.நீண்ட தோகையும்,கொண்டையும் கொண்டிருக்கும்.கொண்டை விசிறி போன்ற இறகுகளை உடையது.கண்ணுக்கு அடியில் வெள்ளை நிறப் பட்டை புருவம்போல் காணப்படுகிறது.நீண்ட கழுத்தும்,உறுதியான மார்பும் இருக்கிறது.ஆண் மயில் பெண் மயிலைவிட பெரியது.அதுமட்டும் அல்லாமல் பெண் மயிலைவிட ஆண் மயிலே அழகானது.

பெண் மயில்களின் உடல் மங்கலான பச்சையும்,பளபளப்பான நீளமும்,பச்சை கலந்த சாம்பல் நிறமும் கொண்டிருக்கும்.பெண் மயிலுக்கு நீண்ட தோகை கிடையாது.மயில்களால் அதிக உயரம் பறக்க முடியாது.ஆகவே மரங்களில் ஏறி அமர்ந்திருக்கும்.மயிலின் குரல் கரடுமுரடாக இருக்கும். ஆனால் கேட்பதற்கு இனிமையாக இருக்கும்.பிஹாவ்ன்,பிஹாவ்ன் என்று கிரீச்சிட்டுக் கூவும்.இது பலவிதங்களில் கூவும். சருகுகளின்மீது நடக்கும்போதும்,பொழுது சாயும்போதும் ஒரு ஒலியும்,அதிகாலை விடியும் போது ஒரு விதமான ஒலியுடன் கூவும்.

மயில் கூடு கட்டி ,முட்டை இட்டு குஞ்சு பொரிக்கும்.சருகுகளை ஒன்று சேர்த்து,லேசான பள்ளத்தை உண்டாக்கி அதில் முட்டை இடும்.நான்கு முதல் ஆறு முட்டைகளை இடும்.அரிதாக வேறு பறவையின் கூட்டிலும் முட்டை இடும்.மயில் தாவரங்கள் மற்றும் புழு,பூச்சிகளை சிறு பிராணிகளை உண்ணும். அத்திப்பழத்தை விரும்பி உண்ணும். கிழங்குகள், இலைகள்,தேன் ஆகியவற்றையும் உண்ணும். தவளைகள்,பாம்புகளைக் கண்டால் கொத்தி தின்று விடும்.

தேசியப் பறவை:

அரசர்கள் காலத்தில் பொன்னுக்குச் சமமாக மதித்தனர்.சாலமோன் மன்னனுக்கு இந்திய மன்னர்கள் மயில்களை அன்பளிப்பாக வழங்கினர்.மாவீரன் அலெக்சாண்டர் இந்தியாவிலிருந்து தன் நாட்டிற்கு மயில்களை கொண்டுச் சென்றார்.இதன்மூலம் மயில் ரோம் நாட்டுக்கும் மற்ற நாட்டிற்கும் மயில் பரவியது.இந்தியாவிலிருந்தும் இலங்கையிலிருந்தும்

மயில் தோகை அரேபியாவிற்கு ஏற்றுமதி செய்யப்பட்டது.

மயிலின் அழகைக் கண்டு ரசிக்காதவர்கள் யாரும் இருக்க முடியாது.மயில் இந்தியாவின் தேசியப் பறவையாக 1963 ஆம் ஆண்டில் அறிவிக்கப்பட்டது.எனினும் மயிலை வேட்டையாடப்படுவதாலும்,அது வழித்தடத்தின் பரப்பளவு குறைவதாலும் இந்த இனம் அழிந்துகொண்டிருக்கிறது.விவசாய நிலங்களில் புகுந்து விளைபயிர்களை உண்பதால் இதனை கொல்லவும் செய்கிறார்கள்.மயில் கறியில் மருத்துவ குணம் உள்ளது என நம்புகிறவர்கள் உண்டு.இதனாலும் இதனைக் கொன்று உண்கின்றனர்.மயில் கறியில் மருத்துவ குணம் உள்ளது என்பது தவறான மூட நம்பிக்கை.ஆகவே மயில்களை பாதுகாக்க 1972 ஆம் ஆண்டில் ஒரு சட்டத்தை அரசு இயற்றியுள்ளது.

இந்தியாவில் மயிலை வேட்டையாடுவது குற்றமாகும்.வேட்டையாடுவது தண்டனைக்குரிய குற்றமாகும்.மயிலை பாதுகாப்பது நமது தேசிய கடமை

பிறந்து ஒரு நாளே ஆன மயில் குஞ்சுகள், தாயின் உதவியின்றித் தானாகவே நடக்க ஆரம்பிக்கும். உணவு உண்ணவும், நீர் அருந்தவும் செய்யும்.

ஆண் மயிலின் வண்ணமயமான தோகை, பெண் மயில்களை ஈர்க்கவும், பிற விலங்குகள் தாக்க வரும்போது, தனது தோகையை விரித்துக் காட்டி பயமுறுத்தவும் பயன்படுத்தும்.

மயிலின் தோகை, நாம் பார்க்கும் கோணத்துக்கு ஏற்ப வெவ்வேறு நிறங்களை எதிரொளிக்கும்.

அகவல், ஆலல், ஏங்கல் போன்ற பல சொற்களால் மயிலின் ஒலியைக் குறிப்பிடுகிறார்கள்.

மயில் தோகையின் வேறு பெயர்கள்... சரணம், சிகண்டம், கூந்தல், சந்திரகம், கலாபம், கூழை, பீலி, தொங்கல் மற்றும் தூவி.

மயிலினங்களைத் தேசியப் பறவையாகக் கொண்ட வேறு நாடுகள்: மியான்மர் மற்றும் காங்கோ.

உலகின் பல்வேறு பகுதிகளில், வெள்ளை மற்றும் சாம்பல் நிற மயில்கள் காணப்படுகின்றன.

மயில் இறகு பல தோஷங்களை நீக்கும்

மயில் இறகு என்றதும், சிறு வயதில் மயில் இறகை புத்தகத்தினுள் வைத்து, அது குட்டி போடும் என்று நம்பி பலர் வைத்திருந்தது கட்டாயம் ஞாபகத்திற்கு வரும். மேலும் மயில் கடவுள் முருகனின் வாகனம் என்பதால், அதன் இறகை புனிதமானதாக கருதி, பலரும் தங்களது வீட்டு பூஜை அறையில் வைத்திருப்போம்.

ஆனால் இந்த மயில் இறகு பல தோஷங்களை நீக்கும்

வாஸ்து தோஷம்

வீட்டின் வாஸ்து தோஷத்தை நீக்க 8 மயில் இறகைப் பயன்படுத்த வேண்டும். அந்த எட்டு மயில் இறகையும் ஒன்று சேர்த்து, ஒரு வெள்ளை நிற கயிற்றினால் கட்டி, பூஜை அறையில் வைத்து 'ஓம் சோமாய நமஹ' என்ற மந்திரத்தை உச்சரித்து வர வேண்டும்.

சனி தோஷம்

சனி தோஷம் நீங்குவதற்கு, மூன்று மயில் இறகை ஒன்று சேர்த்து கருப்பு நிற கயிற்றினால் கட்டி, சிறிது பாக்கை நீரில் போட்டு, அந்நீரைத் தெளித்தவாறு 'ஓம் சனீஸ்வராய நமஹ' என்று தினமும் 21 முறை உச்-சரிக்க வேண்டும்.

அலமாரி

நகை மற்றும் பணம் வைக்கும் அலமாரியில் ஒரு மயில் இறகை வைக்க வேண்டும். இதனால் அந்த அலமாரியில் செல்வம் அதிகம் சேர்வதோடு, நிலைக்கவும் செய்யுமாம்.

எதிர்மறை ஆற்றல்கள்

மயில் இறகை வீட்டின் முன் வைப்பதால், வீட்டினுள் எதிர்மறை ஆற்றல்கள் நுழைவதைத் தடுப்பதோடு, வீட்டில் இருக்கும் எதிர்மறை ஆற்றல்களும் நீங்கும்.

அலுவலக இடம்

ஒருவர் அலுவலகத்தில் தாம் அமரும் இடத்தில் மயில் இறகை வைப்பதன் மூலம், அவரது இடத்தின் அழகு மேம்படுவதோடு, உற்பத்தி திறனும் அதிகரிக்குமாம்.

பூச்சிகள் வராது

மயில் இறகு வீட்டை சுத்தமாக வைத்துக் கொள்ள உதவும். அதுவும் இதனை வீட்டின் சுற்றில் வைத்தால், பல்லிகள் மற்றும் இதர பூச்சிகள் வருவதைத் தடுக்கலாம்.

அன்யோன்யம் மற்றும் புரிதல்

திருமணமான தம்பதியர்கள், தங்களின் படுக்கை அறையில் மயில் இறகை வைத்திருப்பதன் மூலம், தம்பதியருக்குள் இருக்கும் பிரச்சனைகள் நீங்கி, அன்யோன்யம் மற்றும் புரிதல் அதிகரிக்கும்.

அதிர்ஷ்டம் உங்கள் வீட்டு கதவை தட்டவே மாட்டேங்குதா? அப்படின்னா இந்த ஒரு பொருள் உங்க வீட்டில இல்லைன்னு அர்த்தம்.

யாருக்கு எப்போ அதிர்ஷ்டம் அடிக்கும் என்று சொல்லவே முடியாது. சில பேர் மண்ணைத் தொட்டாலும் அது பொன்னாக மாறிவிடும். சில பேர் திருமணம் செய்யும் நேரம், அவர்களை வாழ்க்கையின் உச்சிக்கே கொண்டு சென்றுவிடும். வீட்டுக்கு வந்தவளோட ராசி என்று கூட சொல்லுவார்கள்! சிலபேர் குடிபோகும் வீடு அதிர்ஷ்டத்தை தேடி தரும். இப்படி இருக்க, இந்த அதிர்ஷ்டமானது நமக்கு எப்போது அடிக்கும் என்று காத்துக் கொண்டே இருந்தால், வாழ்க்கையே அதற்குள் முடிந்து போய்விடும்! நம்மையும் அதிர்ஷ்டம் தேடி வர வேண்டுமென்றால், என்ன செய்யலாம்?

ஒருவருக்கு அதிர்ஷ்டம் உண்டாக பல காரணங்கள் சொல்லப்பட்டாலும், அதிர்ஷ்டம் ஏற்படாமல் இருக்க சில காரணங்களே உள்ளன. ஒருவருடைய ஜாதக கட்டத்தில் தீராத தோஷம் இருந்தால், அதிர்ஷ்டம் வராது. வீட்டில் வாஸ்து பிரச்சனை இருந்தால் அதிர்ஷ்டம் வராது. பூர்வஜென்ம வினை இருந்தால், அதிர்ஷ்டம் நம்மைத் தேடி கட்டாயம் வராது. அடுத்தவர்களுக்கு கெடுதல் நினைத்தாலும் அதிர்ஷ்டம் வராது. அடுத்தவர்களைப் பார்த்து பொறாமை பட்டாலும் அதிர்ஷ்டம் வராது.

ஒருவரை அதிர்ஷ்டசாலிகள் என்று எதை வைத்து கூறுவார்கள். முதலில் மன அமைதியான வாழ்க்கை, அடுத்தது செல்வந்தர்களாக வாழும் வாழ்க்கை. இவை இரண்டும் இருந்து விட்டால் நிச்சயம் அவர்கள் அதிர்ஷ்டசாலிகள் தான். ஒருவருடைய வாழ்க்கையில் மன நிம்மதி மட்டும் இருந்தால், நல்ல வாழ்க்கை அமைந்து விடாது. பணம் மட்டும் இருந்தாலும் நல்ல வாழ்க்கை அமைந்து விடாது. இரண்டையும் ஒருசேர அமைத்துக் கொள்வதுதான் புத்திசாலித்தனம்.

நல்ல வழியில் நாம் சம்பாதித்துக் கொண்டிருக்கும் அந்த பணமானது, நம்முடைய பணப் பெட்டியில் இருந்து வீண் விரயம் ஆகாமல் இருந்தாலே பிரச்சனையில் பாதி முடிந்துவிடும். பண வரவு அதிகமாக இருந்தால், மன நிம்மதி, தானாக வரும் என்று கூட சொல்லலாம். தவறில்லை. இப்படி உங்களுடைய பணப்பெட்டியில் உள்ள பணத்தைபத்-

திரமாக பார்த்துக் கொள்ள என்ன செய்ய வேண்டும்? இதற்கு எல்-லாவகையானதோஷத்தை நீக்கும், முருகப் பெருமானின் வாகனமான மயில் இறகை உங்களதுபணப்பெட்டியில் வைக்கவேண்டும். இந்த மயில் இறகை, முறைப்படி உங்களது பணப்பெட்டியில் வைத்தால் நிச்சயம் அதிர்ஷ்டம் உங்களைத் தேடிவரும்.

நீங்கள் பணம் வைக்கும் பெட்டியிலோ, அல்லது பீரோவிலோ முத-லில் கருநீல துணியை விரித்துக் கொள்ள வேண்டும். அந்த துணி-யானது வெல்வெட் துணி அல்லது பட்டுத்துணியாக இருந்தால் மேலும் சிறப்பு. அதன்மேல் மயிலிறகு ஒன்றை வைத்து, அதன் மேல் நீங்கள் பணத்தை பர்சிலோ அல்லது அந்த மயில் இறகின் மேல் நேரடியாக கூட, பணத்தை வைத்து சேமித்து வரலாம்.

இப்படி செய்யும் பட்சத்தில் உங்களது பணம் வீண் விரயம் ஆகாமல் சேமிப்பு அதிகரிக்கும் என்று சில குறிப்புகளில் சொல்லப்பட்டுள்ளது. குறிப்பாக வட மாநிலத்தவர்கள் தங்களுடைய பீரோவில் இந்த கரு நீல வெல்வெட் துணி இல்லாமல் பணத்தை வைக்க மாட்டார்கள் என்பது குறிப்பிடத்தக்க ஒன்று.

மயிலிறகை சாதாரணமாக நினைத்துவிட வேண்டாம். இந்த ஒரு மயிலிறகிற்குள் பல வகையான சக்தி அடங்கியுள்ளது. இந்த மயில் இறகில் 9 மயிலிறகை எடுத்து, உங்கள் வீட்டு பூஜை அறையில் வைத்து, வழிபட்டால் சனியால் உண்டாகும் தோஷங்கள் அனைத்துமே நீங்கிவிடும். மூன்று மயிலிறகை ஒன்றாக வைத்து முருகப் பெருமானை-யும் உங்களது குலதெய்வத்தையும் வேண்டிக் கொண்டு பூஜை அறையில் வைத்து வழிபட்டால், நீங்கள் செய்த பாவத்திற்கு விமோசனம் கிடைக்-கும்.

சாதாரணமாகவே உங்களது வீட்டில் ஆங்காங்கே இந்த மயிலிறகை அழகுக்காக வைத்தாலும், அது மிகவும் நல்லதுதான். எந்த ஒரு கெட்ட சக்தியும், எந்த ஒரு கெட்ட தோஷமும், கண் திருஷ்டியும் உங்களை தாக்காது என்பது குறிப்பிடத்தக்க ஒன்று. அதிர்ஷ்டமானது நம்மைத் தேடி வரும் வரை காத்திருக்காமல்,

அடமானம் வைத்த நகையை, எத்தனை முறை மீட்டு எடுத்தாலும், அந்த நகை திரும்ப திரும்ப அடமான கடைக்கு செல்கிறதா? இதுதான் காரணம்.

தோற்றம்

மயூரான அழைக்கப்படும்மயில், கருடனின் (விஷ்ணு பகவானை அழைத்துச் செல்லும் புராண பறவை என இந்து மத புராணங்கள் கூறு-கிறது) இறகுகளில் ஒன்றில் இருந்து உருவானது என நம்பப்படுகிறது. பாம்பை கொல்லும் புராண காலத்து பறவையாக சில ஓவியங்களில் சித்-தரிக்கப்பட்டுள்ளது மயில். சில இந்து மத சமயத்திரு நூல்களின் படி, நேரம் சுழற்சியை வெளிப்படுத்தும் சின்னமாக இது உள்ளது.

அழகிய தோகைகள்

பல காலத்திற்கு முன்பு மந்த நிறத்திலான தோகைகளைக் கொண்-டுள்ளது மயில்கள். ராவணனுக்கும், இந்திரனுக்கும் நடந்த போரின் போது, தன் தோகைக்கு பின் இந்திரனை மறைத்துக் கொண்டது. தன்னை போரில் காப்பாற்றியதற்கு நன்றி கடனை காட்டும் விதமாக, அதன் தோகைகளை நீளமாக்கி அதில் வானவில்லில் உள்ள வண்ணங்-களை கொண்டு வந்தான். அதனால் தான் இந்திரன் மயில் இருக்கை-யின் மீது அமர்ந்திருக்குமாறு பல முறை சித்தரிக்கப்பட்டுள்ளார்.

மயில் தோகையும்.. லக்ஷ்மி தேவியும்..

தனத்தின் கடவுளான லக்ஷ்மி தேவியுடனும் மயில் சித்தரிக்கப்பட்-டுள்ளது. அதனால் தான் நாம் வீட்டில் மயில் தோகைகளை வைத்-துக் கொள்கிறோம். அது நம் வீட்டிற்கு செல்வத்தையும் செழிப்பையும் கொண்டு சேர்க்கும் என நம்பப்படுகிறது. மேலும் மயில் தோகை இருந்-தால் வீட்டில் பூச்சிகளும் ஈக்களும் அண்டாது எனவும் கூறப்படுகிறது.

இந்து மதத்தில் மயில் தோகை

இந்து மதத்தில் மயில் தோகை மிகுந்த முக்கியத்துவத்தைக் கொண்-டுள்ளது. கிருஷ்ண பரமாத்மா தன்னுடைய கிரீடத்தில் மயில் தோகையை அணிந்திருந்தார். சக்தி தேவியின் மற்றொரு வடிவமான குமரி தேவி மயிலின் மீது பவனி வந்தார். முருகப் பெருமான் மயிலை தன் வாகனமாக பயன்படுத்தி வந்தார். அதனால் மயிலுக்கும், அதன் தோகைகளுக்கும் இந்து மதத்தில் உள்ள முக்கியத்துவத்தை இதன் மூலம் நாம் அறியலாம்.

மயில்கள்தாவரங்கள், விதைகள், பூக்கள், எறும்புகள், தானியங்கள் மற்றும் சிறிய பாம்புகள், தவளைகள், வண்ணத்துப்பூச்சிகள், எலிகள் உள்ளிட்டவற்றை உண்ணுகின்றன.

ஆண்மயிலின் ஆடம்பரமான தோகைக்காகப் பெயர்பெற்றது. ஆண்-மயில் பெண்ணைக் கவர்வதற்காக தோகையை விரித்து ஆடும். ஆண் மயில்கள் அழகிய, பளபளப்பான நீலம் கலந்த பச்சை நிறமுடையவை. தோகையில் வரிசையாக சுமார் 200 கண் வடிவங்கள் உள்ளன. தோகையை விரிக்கும்போது இவை...... மிகவும் அழகாகத்தோற்றம-ளிக்கின்றன.

இவற்றின் குரல் கரடு முரடாக, கேட்க இனிமையற்றதாக இருக்கும்.

பெண் மயில்களின் உடல் மங்கலான பச்சையும், பளபளப்பும் கொண்ட நீலமும், பச்சை கலந்த சாம்பல் நிறமும் கலந்தது. நீண்டதோகை பெண் மயில்களுக்குக் கிடையாது. நீண்டதூரம் பறக்க இயலாத மயில்-கள் உயரமான மரங்கள் போன்றவற்றில் ஏறி அமர்ந்துக்............... கொள்ளும்.

.பல்வேறு கிராமங்களில் வீடுகளில் மயில் வளர்க்கப்படுகிறது. வேட்டை-யாடப்படுவதாலும், உகந்த வாழிடங்கள் குறைந்து வருவதாலும் பச்சை மயில்கள் அழியும் அபாயமுள்ள பறவைகள் பட்டியலில் இடம்பெற்றுள்-ளது.

இந்தியாவில் 1972 —— ஆம் ஆண்டு முதல் சட்டம் இயற்றி மயில்கள் பாதுகாக்கப்படுகின்றன. இந்தியாவில் மயிலை வேட்டையாடுவது தண்-டனைக்குரிய குற்றமாகும்.

இவை பொதுவாக ஆங்கிலத்தில் பீக்காக் என அழைக்கப்பட்டாலும், அது ஆண் மயிலை மட்டுமே குறிக்கும். ஆண், பெண் மயில்களைச் சேர்த்து பீபௌல் என ஆங்கிலத்தில் அழைக்கப்படுகிறது.

இந்தியாவில் மயிலை வேட்டையாடுவது குற்றமாகும்.வேட்டையாடு-வது தண்டனைக்குரிய குற்றமாகும்.மயிலை பாதுகாப்பது நமது தேசிய கடமை

மயில் பற்றி தகவல்கள்...

மயில்கள் பற்றி நாம் பள்ளி பாடப் புத்தகத்திலேயே படித்திருப்போம். இந்தியாவின் தேசிய பறவையாக இருக்கும் மயில்கள் மிகவும் கவர்ச்சி-யான பறவையாக பார்க்கப்படுகிறது.

1. மயில்களின் ஆயுட்காலம்

மயில்கள் 20 ஆண்டுகள் வரை உயிர்வாழும் தன்மை கொண்டது. ஆனால், பூங்காக்கள் மற்றும் மனித தடைக்கு உட்பட்ட பகுதிகளில் 40

ஆண்டுகள் வரை உயிர்வாழும். இந்தியாவில் பெரும்பாலான மயில்கள் மனிதர்கள் வேட்டையாடுவதால் உயிரிழக்கின்றன.

2. மயில்களுக்கு நீச்சல் தெரியுமா?

கால் விரல்களிடையே சவ்வுகள் இருந்தாலும் மயில்கள் நீச்சல-டிப்பதில்லை. அந்த சவ்வுகள் தரைப்பகுதியை, மரக்கிளைகளை பற்-றிக்கொள்ள மட்டுமே உதவுகின்றன. ஆண் மயில்கள் அழகான தோகையை கொண்டிருந்தாலும், அது நீச்சலடிக்க உதவுவதில்லை.

3. மயில்களின் வடிவம்

பொதுவாக மயில்களின் உடல் அழகான வடிவம் கொண்டிருப்பதால் கண்களை கொள்ளை கொள்கிறது. உலகில் பல வகை மயில்கள் இருந்-தாலும், அவை இந்திய மயில்கள் போல் அழகாக இருப்பதில்லை. பார்ப்பதற்கு பெண் மயில்களை விட ஆண் மயில்கள் தான் மிகவும் அழகாக இருப்பவை. இருந்தாலும், கவிஞர்கள் 'மயில் போல பொண்ணு ஒன்னு' என்று கற்பனை ...

4. கலாச்சாரத்தில் இடம் பிடித்த மயில்கள்

மயில்களுக்கு புராணங்களிலும், கலாச்சாரத்திலும் குறிப்பிடத்தக்க இடமுண்டு. மத வழிபாடுகளிலும் முக்கிய பங்கு வகிக்கிறது. அதில் சரஸ்வதிக்கு அடையாளமாகவும், கிரேக்கர்கள் வழிபாட்டிலும் இடம்பிடித்-துள்ளது.

5. வெள்ளை மயில் தோன்றுவது எப்படி?

வண்ணமயமான மயில்களில் சில குறிப்பிட்டவை தெரிவு செய்து, கலப்பு முறையில் மனிதர்கள் இனப்பெருக்கம் செய்வதில் மயில்கள் வண்ணமற்று உருவாகின்றன. இதற்கு காரணம் உண்மையில் ஒரு மரபணு மாற்றமே ஆகும். இதுவே வெள்ளை மயில்கள் உருவாக கார-ணம்.

6. மயில்களின் இனச்சேர்க்கை மற்றும் முட்டையிடுதல்

மயில் எப்படி இனப்பெருக்கம் செய்கிறது என்பது பற்றி ஏராளமான கட்டுக்கதைகள் உண்டு. ஆனால் உண்மை இதுதான். பெண் மயில்-களை கவர ஆண் மயில் தன் தோகைகளை விரித்து ஆடுகின்றன. பிறகு கவரப்பட்ட பெண் மயிலுடன் இனச்சேர்க்கை முடிந்தபின் பெண் மயில்கள் 3 முதல் 6 முட்டைகள் இடும். அது அடைகாத்து குஞ்சு பொரித்ததும் வளரும் வரை கோழிகளை போன்று தாய் மயில் அவற்றை பாதுகாக்கும்.

7. ஒற்றைத் துணை இல்லை

மயில்கள் ஒற்றைத் துணையுடன் வாழ்வதில்லை. அவை இனச்-சேர்க்கைக்கு வெவ்வேறு மயில்களையே நாடுகின்றன. அதேபோல் இனப்பெருக்கக் காலத்தில் பல துணையுடனும் இணைவதில்லை.

8. மயில்கள் எழுப்பும் ஒலி

மயில்களால் 11 வித்தியாசமான ஒலிகளை எழுப்ப முடியும். அந்த ஒலிகள் மனிதர்களுக்கு எரிச்சலூட்டுவதாகவே இருக்கும். பொதுவாக மயில்கள் மழையை அறிவிக்க ஒலி எழுப்புகின்றன. நாய்கள் எழுப்பும் ஒலியை 'குரைத்தல்' என்பது போல மயில்கள் எழுப்பும் ஒலியை 'அகவுதல்' என்கிறோம்.

9. மயில்களின் குணம்

மயில்கள் சாந்தமான பறவையாகவே பார்க்கப்படுகிறது. எளிதில் மனிதர்களுடன் பழகும் தன்மை கொண்டுள்ளது. அவை பழகும் மனி-தர்களிடம் மற்றவர்கள் நெருங்கி பழகுவதை மயில்கள் விரும்புவதில்லை. வன விலங்கு பாதுகாப்பு சட்டம் 1972, மயில்களை வீட்டில் வளர்க்க தடைசெய்கிறது.

10. பாம்பு மயில் — யார் வெற்றியாளர்?

காடுகளிலும், வயல்களிலும் மயில்கள் சில நேரங்களில் பாம்புகளை காணநேர்கின்றது. விஷ பாம்புகளானாலும் மயில்கள் தான் நிச்சயம் வெல்லும். மயில்கள் பாம்புகளை பிடித்து உண்ணும். இந்தியாவில் வீட்-டில் மயில்கள் வளர்க்க அனுமதியில்லை. கோவில்களில் வளர்க்கப்-படும் மயில்கள் அந்த பகுதியில் உள்ள பாம்புகளை துரத்துகின்றன. கோவிலை சுற்றியுள்ள கிராமங்களுக்கு அரணாக இருக்கின்றது

11. மயில்களின் பறக்கும் தன்மை

மயில்களுக்கு அழகான நீண்ட தோகை இருந்தாலும், நெடும் தூரம் பறக்க இயலாது. அவை குறிப்பிட்ட தூரம் மட்டுமே பறக்கின்றது. அதி-லும் குறிப்பாக தன்னை ஆபத்திலிருந்து காத்துக்கொள்ளவே பறக்-கின்றன.

12. மயில் என்ன சாப்பிடும்?

மயில்கள் தாவரங்கள், விதைகள், பூக்கள், எறும்புகள், தானியங்கள் மற்றும் சிறிய பாம்புகள், தவளைகள், வண்ணத்துப்பூச்சிகள், எலிகள் உள்ளிட்டவற்றை உண்ணுகின்றன.

13. மயிலின் வாழிடம்

மயில்கள் அடர்ந்த காடுகளில் வாழுவதில்லை. அவை குறைந்த மரங்கள் கொண்ட நிலப்பரப்பிலேயே வாழுகின்றன. இயற்கையாகவே அவை இந்தியா, பர்மா மற்றும் இலங்கையில் பரவலாக காணப்படும்.

மயில் தமிழில் பல்வேறு பெயர்களில் அழைக்கப்படுகிறது. சிகி, ஞுமலி, தோகை, சிகாவளம், சிகண்டி, மஞ்ஞை, ஓகரம், பிணிமுகம், கலாபி, நவிரம், பீலி, கேகயம் என்று பல்வேறு சொற்கள் மயிலைக் குறிக்க பயன்படுத்தப்படுகிறது. மயூரம் என்பது சமஸ்கிருத சொல்லாகும்.

14. மயில்கள் அழிய காரணம் என்ன?

வேட்டையாடுதல் மற்றும் மக்கள் தொகைப்பெருக்கம் உள்ளிட்ட காரணங்களால் மயில்களின் எண்ணிக்கை குறைந்து வருகிறது. இந்தி-யாவில் தற்போது மிகவும் குறைந்த அளவிலான மயில்களே உள்ளன.

இத்தகையகண்ணுக்கு அழகான மயில்களை ரசிக்கும் போது இவை அற்புதமான படைப்பாகவும் தோன்றும். இந்தியாவில் மயிலை வேட்-டையாடுவது குற்றமாகும்.வேட்டையாடுவது தண்டனைக்குரிய குற்றமா-கும்.மயிலை பாதுகாப்பது நமது தேசிய கடமை

நான்

வாசகர்களால் நான்
வாசகர்களுக்காக நான்

முற்போக்கு எழுத்தாளர் வி.எஸ்.ரோமா – கோயம்புத்தூர்
+91 82480 94200
20 புத்தகங்கள் எழுதியுள்ளேன்
விருதுகள் பல பெற்றுள்ளேன்.
கதை , கவிதை, கட்டுரை, நாவல் பொன்மொழி, நாடகம்
எழுதுவேன்.

என்
எழுத்து
என் மூச்சுள்ள வரை
என் வாசிப்பே
என் சுவாசிப்பு
என்றும்

எழுதிக் கொண்டிருக்க வே
என் ஆசை

நான் திருமணமே செய்து கொள்ளாத பெண்மணி என்பதில்
எனக்கு மகிழ்வே.

என் எழுத்துக்கு முழு ஒத்துழைப்பு கொடுப்பவர்கள் என்
பெற்றோர்களே.

தந்தை
கா சுப்ரமணியன் _ தாசில்தார் - ஓய்வு

தாய்.
சு. கிருஷ்ணவேணி

என் பெற்றோர்களே
என்
எழுத்துக்கும்
எனக்கும் முழு ஒத்துழைப்பு தருகின்றவர்கள் என்பதில்
எனக்கு மகிழ்ச்சியே.

நான் ரோமா ரேடியோ
என்ற பெயரில் எஃப் எம் ஆரம்பித்துள்ளேன்.

என்
எழுத்து
என் ரோமா வானொலி மூலம்
எங்கும் ஒலிக்க
எட்டு திக்கும் ஒலிக்க
என் ஆவல்.

பெண்களை
பெரிதாக நினைத்துப்

பெரும் மகிழ்ச்சியடைந்து
பெருமைப் படுத்த வேண்டும்.

முற்போக்கு எழுத்தாளர்
வி.எஸ். ரோமா
Roma Radio
கோயம்புத்தூர்
+91 82480 94200